பினற்றல்கள்

N. அபிலாஷ்

பொருளடக்கம்

பொருளடக்கம்

அணிந்துரை

எழுத்து – பேச முடியா வார்த்தைகளின் தொகுப்பாகும்.
எழுத்து – உணர்த்த முடியா உணர்ச்சிகளின் உயர்வாகும்.

என் கண் வழி நான் கண்ட இவ்வுலகில் என்
புரிதல்களுக்கு உட்பட்ட கருத்துக்கள் மற்றும்
உணர்ச்சிகளின் எழுத்து வடிவமே இந்த பதிவு.

முரண்பாடுகள் எங்குமுண்டு எதிலுமுண்டு. எனவே,
இதிலும் இருக்கலாம் பலருக்கு. முரண்பட்ட கருத்துக்களை
ஆச்சரியத்துடன் வரவேற்கும் மனப் பக்குவம் எனக்கு
உண்டு. உணர்ச்சிகள் மற்றும் எண்ணங்களின் என்னுடைய
புரிதல்தான் இந்த புத்தகமே தவிர வேறு எதுவும் இல்லை.

கவித்தன்மை மிக்க பலர் இவ்வுலகில் ஏற்கனவே பல நல்ல
படைப்புகளை அள்ளித் தந்துள்ளனர் தமிழுக்கு.
அவர்களின் முன் நான் எழுதிய இதனைக் கவிதைகள்
என உரைக்க மனம் வரவில்லை. எனினும், இதனை நல்ல
கவிதைகள் தான் என ஏற்றுக்கொண்ட சில நல்ல
உள்ளங்களுக்கு நான் கூறும் நன்றியே இப்புத்தகம்.
மேலும், எனது இந்த முதல் முயற்சியை அங்கீகரிக்கும்
உங்கள் அனைவருக்கும் நன்றி.

– N. அபிலாஷ்

நன்றி

அப்பா

இருள் சூழ, இமைகள் மூட...
இதயங்கள் துடிக்க, இமயம் தளர...
சிந்தனை மறக்க, செயல்திறன் நிற்க...
கண் அயர்ந்து, கவலைகள் மறந்து...
கடமைகள் கடந்து, காற்றினுள் புகுந்து...
பொய்களின்றி மெய்யினை மறந்து...
உறக்கமே உன்னதம் என்றுணர்த்தி...
விந்தையுள் விந்தையாய் என்றும்...
சிந்தையுள் நினைவிருக்கும்...
தந்தையின் நல்லாசியுடன்...

எனது பினற்றல்கள்...

1. தொலைவு

விரும்புவதெல்லாம் தொலைவில் தான்...
அன்று நிலவும்...
இன்று நீயும்...
ஓடி வா என்னிடத்தில்...
ஓய்ந்துவிட்டேன் அழைத்து அழைத்து...

2. அன்னை

அழைத்து வந்தான் அன்னையிடம் அனுமதி வாங்க...
கதறினாள் கண்மணி கண்ணவனின் அன்னையிடம்...
தாயாகும் தகுதியற்ற தாரமெனை ஏற்பீரோ என்று...
தாயாக தகுதி தேவையில்லை என்றுரைத்து
கட்டியனைத்து...
தத்தெடுத்த தன்மகனை ததும்பிய கண்களுடன்
பார்த்தாள்...

3. இரவின் ஓசை

உறக்கம் தந்திடா இரவின் ஓசையில்...
விழித்திருக்கும் விழிகளின் ஈரப் பார்வையில்...
அங்கீகாரம் இல்லை எனினும், அன்பின் வழி சாயவே
அறிவும் கூற...
"அர்த்தமற்ற அன்பினால்" அழியப் போகும் சிந்தனை
மனதில் குமுற...

உறக்கம் தந்திடா இந்த இரவின் ஓசையில்...
விழித்திருக்கும் விழிகளின் ஈரப் பார்வையில்...
சிந்தனையே சிற்பமாய் ஒன்றுகூடி...
வாட்டி எடுக்கும் இந்த வாழ்க்கைப் போரில்...
சிதறி கிடக்கும் உன்னத உறவினை...
எண்ணிய படியே விடியலைத் தேடி...

உறக்கம் தந்திடா இரவின் ஓசையில்...
விழித்திருக்கும் விழிகளின் ஈரப் பார்வையில்...
அறிவுக்கெட்டா மனதின் சிந்தனைக்கும்,
மனதிற்கெட்டா அறிவின் சூழ்ச்சிக்கும்,
வேறுபாடு வேறென நான் அறிவேனோ...

4. வாடிய பூவே

பேச மறுக்கிறாய் உதட்டில் இருந்து...
பேசிக்கொண்டிருக்கிறோம் மனதிலிருந்து...

காத்திருப்பேன் காலமென்றும்...
உன் மனதில் உன் நினைவில்
உன் சிந்தனையில் உன் செயலில்
நானிருப்பேன் என்றென்றும்...
பக்கம் வா என் தோழி...
வாடிய பூவை, வண்டினம் மொய்த்திட,
புதுமையாய் மீண்டும் உயிர்த்தெழ...
பக்கம் வா என் தோழி...

5. கஷ்டமாயினும் இஷ்டப்படு

கஷ்டமாயினும் இஷ்டப்படு...

வீழத்தான் செய்யும் ஒளிமங்கா கதிரவனும்...
முடியத்தான் செய்யும் ஓயா நதிகளும்...
மாறத்தான் செய்யும் மாயக் காலமும்...
ஓய்ந்துதான் போகும் உழைக்கும் கால்களும்...
மாய்ந்துதான் போகும் மானிடப் பிறவியும்...

கஷ்டமாயினும் இஷ்டப்படு...

வீழ்வது விடியலுக்காக...
முடிவது கலப்பதற்காக...
மாறுவது சமநிலைக்காக...
ஓய்வது உருவாக்குவதற்காக...
மாய்வது முடிவிற்காக...

கஷ்டமாயினும் இஷ்டப்படு...

6. தூரம்

தூரமே தூரமாய் தொலைந்து போக...

தூரமாய் நீயும் தூரமாய் நானும்...
தொலைவிலே தொடர்பில்லா நிலையும் மாள...
தொடுதூரமும் தொலைதூரமும் ஒன்றெனவே...
நெருக்கமே நிர்ணயிக்கும் தூரத்தை...
மனதால் வேண்டும் உடலாலன்றி...

தூரமே தூரமாய் தொலைந்து போக...

7. சங்கீதம்

சங்கீதம் பாடியதே சங்கடமும் மறைந்ததே...
சங்கடமும் மறைந்ததே சந்தோஷம் பிறந்ததே...
சந்தோஷம் பிறந்ததே சாதிக்க தோன்றியதே...
சாதிக்க தோன்றியதே துரோகத்தை வீழ்த்திடவே...

சந்தோஷம் யாதெனில் - சங்கீதத்தின் குரல்...
மகிழ்ச்சியின் ஓசை - சங்கீதத்தின் குரல்...
நட்பின் இசை - சங்கீதத்தின் குரல்...
சங்கீதம் தோற்கும் - சங்கீதத்தின் குரல்...

8. காதல் திருமணம்

சந்தோஷம் எதுவெனில்,
நமக்காய் நமக்கென நம்மவரின் நால்வரி...

என்னை ஈரடி தூரத்தில் நின்று
வரவேற்கக் காத்திருக்கும்
உன்னை நாலடி வரிகள் கொண்டு
வரவேற்பதே சந்தோஷம்...
எழுதுவது எளிதே எதுவாயினும்...
இயற்கையாய் இயற்றுவதே கடினம்...
சொற்களிலிருந்த சொந்தமே நின்னை
சொந்தமாக்கத் துவங்குவதே இத்தருணம்...

9. முரண்பாடு

முரண்பட்டு நிற்பது முறையே...

சிந்தனைக்கும் செயலுக்கும் உள்ள வேறுபாடே
நிதர்சனமென வரையறுத்தால்...
நிதர்சனத்தில் நிதர்சனமென்பது சிந்தனையா
செயலா என்ற குழப்பத்தால்...
மனமும் அறிவும் முரண்பாடே முற்றிலும்
உண்மையென உணர்வதால்...

முரண்பட்டு நிற்பது முறையே...

10. இருவரின் தனிமை

அலையுடன் கடலின் தனிமை...
வேருடன் மரத்தின் தனிமை...
இரவுடன் பகலின் தனிமை...
இடியுடன் மழையின் தனிமை...

தனித்திருக்கும் இனிமையான தனிமை,
தன்னந்தனியே தனியாய் தவிக்க விட்டு,
தான் மட்டும் தனித்திருப்பது ஏனோ??
ஒன்றுடன் ஒன்றின் தனிமையின்
இனிமையை உணர்த்திட தானோ!!

11. எதிர்பார்ப்பு

இயற்கைக்கில்லை எதிர்பார்ப்பு...
இயற்கையே இல்லை எதிர்பார்ப்பு...
காலத்தின் நியதியே காத்திருப்பு...
மன ஞாலத்தின் வீழ்ச்சியே எதிர்பார்ப்பு...!!

அறிவினைத் தாண்டி, மனதினைத் தீண்டி,
பகலவனை மறந்து, பாசங்கள் நிறைந்து...
மனக்கேட்டலை, கண் கேட்டு,
வாய் கேட்கா அழகே எதிர்பார்ப்பு...!!

அறிவுடன் மனதை ஒன்றாக்கி...
கேட்பது எதுவாயினும் அறிவுணர்ந்து
நடந்து கொண்டு எதிர்பார்ப்பினை
எதிர்பார்க்கச் செய்வதே அறிவு...!!

12. காலம் கொடியது

காலம் கொடியது...!!

நினைவில் நீங்கா நினைவுகளுடன்...
நிஜத்தில் நிகழா கற்பனைகளுடன்...

எதுவரையென தெரியா பயணங்களுடன்...
அதுவரையென புரியா கடினங்களுடன்...

ஒருவழிப் பாதையாம்
காலத்தின் கொடுமைதனை...
கற்றலுடன் கடந்து செல்லும்
மனதின் வலிமைதனை...

வாழ்த்திடுவோம் இக்கணமே...!!

13. கனவு-நனவு

கலைந்திடுமென தெரிந்துமதை
காணத்துடித்திடும் அழகு...
கனவினது அல்ல,
காணும் மனதினது...

கரவடமென அறிந்துமதை
காட்டத்துடித்திடும் அழகு...
மனதினது அல்ல,
காட்டும் கனவினது...

14. நினைவு

நித்திரைக்கு முன் வரும்
நினைவலைகளே உண்மை...

நிந்தன் மனம் திறக்கும்
நேரமும் அதுவே...

நித்தமும் உன் நினைவாய்
நின்னையே நினைத்துருகும்
நினக்கான உறவிலுள்ள நிம்மதி...

நித்தமும் சத்தமின்றி
நிந்தன் நினைவுகளுடன்
நித்திரைக்குச் செல்லும் உறவிலுமுண்டு...

15. நீரின் சுமை

இலை தாங்கா நீரின் சுமையும்,
இமை தாங்கா நீரின் சுமையும்,
ஒன்றோடொன்று தொடர்புடையது...

ததும்பி தாழ்வதும்,
தனக்குள்ளே காய்வதும்,
அதன் இயல்பு...!!

தன்னுள் காய்ந்து வடுவாவதை விட
ததும்பி தாழ்ந்து கறை போக்குவது
இரண்டிற்கும் நன்று...

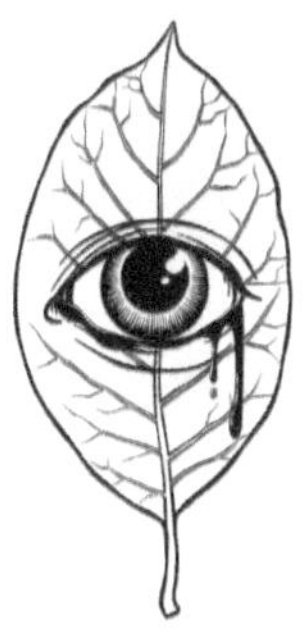

16. உறவு

உறவில்லை என்றாலும்
உணர்வங்கே போகும்...
உரிமைக்காக அல்ல உறவுக்காக...

அறிவுணர்த்திச் சென்றாலும்
மனம் மயங்கித்தான் போகும்...
மயக்கத்திற்காக அல்ல உரிமைக்காக...

உன்னத உறவுகள்
கிடைப்பதை விட
நிலைப்பதே அரிது...

17. மனக்குழப்பம்

கல்லாகலாம் மண்ணாகலாம்...
பறவையாகலாம் விலங்காகலாம்...
இறங்கிச்செல்லும் உந்தினங்களாகலாம்...
ஓய்வின்றி உழைக்கும் கால்களாகலாம்...

கலங்கடிப்பது ஏதாயினும்
தெளிவாவது குட்டையின் முயற்சியே...

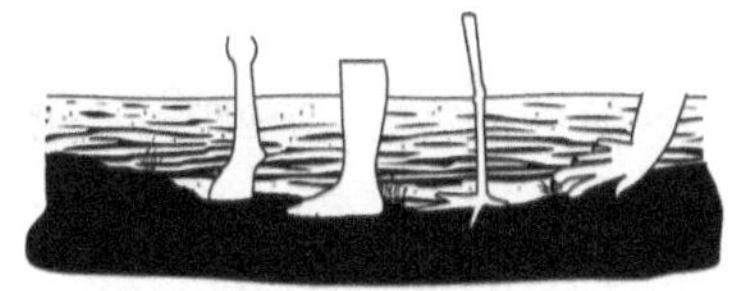

18. சிற்பியின் சிரத்தை

ஓர் சிற்பியின் சிரத்தை
மனதிலென்றால் சிலை புதுமை காணாது...
அறிவிலென்றால் சிலை அழகாகாது...
மனவலிமையுடன் அறிவுடைமை சேரின்
சிலை படைப்பாய் மாறும்...

அடங்கிநிற்கும் அறிவை
அலைபாயச் சொல்வதும்...
அலைபாயும் மனதை
அடங்கிநிற்கச் சொல்வதும்...
வினோதங்களின் இயல்பே...

ஆழமாயின் அறிவு அமைதி பெரும்...
ஆழமாயின் மனது குழப்பம் காணும்...
முரண்பாடுகள் பலவுண்டெனினும்
மனமும் அறிவும் ஒன்றல்ல பலருக்கு...

19. கனவுக் கோட்டை

கனவைத் தேடி...

நனவில் ஓடி...

நனவைத் தொலைத்து...

கனவைப் படைக்க...

கனவு கண்டு...

நனவு புரிந்து...

நனவில் போக...

கனவு மூட...

கனவிலும் முடிவதில்லை...

நனவிலும் விடுவதில்லை...

20. மலரும் மொட்டு

மொட்டாய் காணலாம்...
மலர்ந்த மலராய் காணலாம்...
மலரும் மொட்டின் வேகம்...
மலர்வதை காணத்தடுக்கும் சோகம்...

அதையும் கண்டேனே ஒருநாள்...
தாயின் மடியிலிருந்த சேயின் வடிவில்...
வேடிக்கை பார்த்திருந்த மொட்டின் கண்கள்...
மெல்லத் திரும்பியது என் பக்கம்...

தன்தாயின் காதோரம் முகம் புதைத்து...
ஒரக்கண்ணால் எட்டிப் பார்த்து - நாணமுற்று
மலரும் மொட்டு நம் கண்களை
ஏமாற்றி மலர்வதுபோல...

என்னை ஏமாற்றி என்னைக் கண்டது...

21. வானவள்

எத்தனை நாட்கள் எடுத்துக்கொண்டேன்
நீயில்லையென அறிய - கானல்நீர்போல
இல்லாமல் இருப்பது நீயென்றால்
இருந்துமுனை ரசிப்பது நானென்பேன்...

ஒளிகாட்டும் அழகு...
சுட்டெரிக்கும் சினம்...
மிரளவைக்கும் குரல்...
அழுதுதீர்க்கும் மனது...
கவலைப்போக்கும் சிரிப்பு...
இரவின் தனிமைநீக்கும் மனம்...

இத்தனையும் கண்டேனே உன்னிடத்தில்
வானமே உனையின்றி - கானல்நீர்போல
இல்லாமல் இருப்பது நீயென்றால்
இருந்துமுனை ரசிப்பது நானென்பேன்...

22. புரையோடிய மனது

புரையோடிய எதுவும்...
கரைவந்தே சேரும்...

கரைவந்தே சேரும் - எனினும்
கறையிருந்தே தீரும்...

கறையிருந்தே தீரும் - மனமென்றும்
நிறையதையே தேடும்...

நிறையதையே தேடும் - அறிவும்
புரையதையே போக்கும்...

23. உணர்ச்சி

உணர்வதனை உணர்த்தவே...
உணர்வதையே உரைப்பதா??

நொறுங்கியது நெருக்கமே...
காரணமே நெருக்கமா??

உணர்வதனை உணர்ந்துகொள்ள...
நெருக்கமே போதுமா??

உணர்ச்சிகளைப் புரிந்துகொண்டால்...
நொறுங்கித்தான் போகுமா??

24. நட்பு

ஒரு நட்பு போதும்...

வலி போக்கிட, வழி காட்டிட...
நகை சேர்த்திட, நமை செதுக்கிட...
குமுறலை ஒழிக்க, குரலாய் ஒலிக்க...
சொந்தமாய் சில, சொர்க்கமாய் பல...
மறவா பழக்கத்திற்கும், மாறா எண்ணத்திற்கும்...

என்றும் ஒரு நட்பு போதும்...

25. பயணம்

பயணி சாலைகள் பார்ப்பதில்லை...
பயணி மலைகள் தேடுவதில்லை...
பயணி அலைகள் கேட்பதில்லை...

எனினும்

பயணி சாலைகள் முடியும் வரை...
பயணி மலைகள் தேயும் வரை...
பயணி அலைகள் ஓயும் வரை...

பயணியின் பயணத்தேடல்...

முடியா சாலைகள் போல...
தேயா மலைகள் போல...
ஓயா அலைகள் போல...

பயணி வாழ்வை கண்டெடுக்கும் வரை...

26. உணர்ந்து கொள்

மறந்தாலும் சரி...
மறைந்தாலும் சரி...
விரும்பினாலும் சரி...
வெறுத்தாலும் சரி...
அலர்ந்தாலும் சரி...
உதிர்ந்தாலும் சரி...

காற்றென்றொன்றிருப்பதை...
உணர்ந்து கொள்வதே சரி...

27. நிலவவள்

என்னைப் பிரதிபலித்தாலும்...
என்னுடன் இருப்பதில்லை...

மாய நிலவே...
மறைமுக உறவின் வெளிச்சம் நீ...
மாறா அன்பின் அழகு நீ...
சுட்டெரிக்கும் என்னின் குளிர்ச்சி நீ...
சுடர்விளக்காய் இரவின் அரசி நீ...
மாய நிலவே...
விடிவது எனக்காக - என்றும்
அடைவது உனக்காக...

28. முழுநிலவு

என்னைக் காண வந்தாயோ முழுநிலவே...

மறைந்து போனாய் கொஞ்சம் கொஞ்சமாக...
ஒருநாள் பிரிவும் உன்னால் முடியாமல்...
மறுநாள் தோறும் என்னைக் காண...
நாணம் நீக்கினாய் கொஞ்சம் கொஞ்சமாக...
மூவைந்து நாட்களாய் முகம் காட்டத்தயங்கி...

என்னைக் காண வந்தாயோ முழுநிலவே...

29. மெய்யுயிர்

அப்பா அம்மா...

உயிராய் முதல்...
மெய்யாய் இடை...
கூட்டாய் கடை...

இடுகுறிப்பெயரோ இது - அல்ல
காரணப்பெயரே இது - காரணம்

முதலில் உயிர் கொடுப்பது நான்...
இடையில் உடல் வடிப்பது நீ...
முடிவில் உயிர்மெய்யாவதை...
உணர்த்தவே அப்பா அம்மா...

30. பிரிவு

என் ஈரவிழி கூட...
தன் நீரை விடாது...

உன் பிரிவும்...
நின் பரிவாகாதிருக்க...

என் விழி பிரியா நீரே...
உன் விழி அகலா நான்...

31. என்னது

என்னதென்பது என்னதென ஆவது...
என்னதனை என்னதாய் பார்ப்பதால்...
என்னதென்பது என்னதாகும் நேரம்...
எண்ண முடியா என்னதெல்லாழும்...
என்னில் அடங்கி போகும் வீணாய்...

32. பெயர்சூட்டு விழா

என் பெயர் எதுவென
யான் அறியுமுன்னே...

என் பெயர் இதுவென
அறியவரும் மனமே...

பெயரில்லா ஏதுமற்ற உலகின்
பெயரில்லா மழலை என்னின்
பெயர்காண வாரீர்...

33. இருள்

இருளும் தேவைதான்...
விழித்தெழுந்து உற்சாகிக்க...

இருளும் தேவைதான்...
விளக்கதனைத் தேடிப்பிடிக்க...

இருளும் தேவைதான்...
இன்பமதில் ஓய்வெடுக்க...

இருளும் தேவைதான்...
இருட்டதனை உணர்ந்துகொள்ள...

34. விழியும் வளியும்

விழி விழுகா இடங்கூட...
வளி நிறையாய் இருக்கும்...

விழி பேணா வலி கண்ணிற்கு...
வளி பேணா வழி அழிவிற்கு...

விழிகாக்க இமையின் தேவைபோல்
வளிகாக்க மரங்கள் தேவை...

விழித்திடு வளிக்காக – இயற்கைக்கு
திரும்பிடு நமக்காக...

35. மனமிருந்தால்

மனமிருந்தால் செய்யலாம் எதையும்...
நிஜத்தில்...
மனமென்பதே இல்லை உடலில்...

செய்வதெல்லாம் நாமேதானே தவிர...
என்றும்...
செய்யச் சொல்வது மனமல்ல...

மனதாரச் செய்யும் அனைத்தும்...
உண்மையில்...
அறிவாரச் சொல்லும் பொய்களே...

அறிவிற்கும் மனதிற்கும் சண்டையில்லை...
செய்வதெல்லாம்...
அறிவினுள் மனமெனும் உணர்வே...

36. பின் தொடர்

பின் தொடர்...
பின் தொடர்வது தெரியாமல்...

என்றும்,
நம்மை பலர் பின் தொடர்வது
நாம் சிலரை பின் தொடர்வது
போலன்று...
எப்போதும்,
மேகத்தை காற்று தொடர்வது
மழைக்காக மட்டுமல்ல...
மேகத்தை இடம்பெயர்க்கவும்தான்...

37. புரிந்துகொள்

காதல் காமம் கடந்ததா?
இல்லை காமத்தில் பிறப்பதா?

சாவு பிறப்பில் பிறப்பதா?
இல்லை இறப்பில் இறப்பதா?

கனவு கற்பனை கடந்ததா?
இல்லை கற்பனையில் வாழ்வதா?

இரண்டுமே இல்லை...

காதல் உடலில் இல்லை மனதில்...
சாவு ஆதியந்தத்தில் இல்லை செய்கையில்...
கனவு கற்பனையில் இல்லை அறிவினாழத்தில்...

38. காலணி

அறுந்து போவதல்ல ஓர் நல்ல
காலணியின் அடையாளம்...
தேய்ந்து போவதே...

நாமும் காலணிதான்
உறவுகளிடையே...

39. வாழப்பயில்

வலியது வழியாக வாழப்பயில்...
வலிகள் அனைத்தும் காட்சிப் பிழைகளே...

இன்னல்கள் உண்டு ஓராயிரம் அதிலும்...
இன்பங்கள் கண்டு வாழப்பயில்...

சோதனைகள் நம்மை சூழ்ந்திருந்தாலும்...
சாதனைகள் செய்து வாழப்பயில்...

தன்னை அறிவதே வலிபோக்கும் வழி...
தன்னிலை மறந்து என்றும் வாழப்பயில்...

40. புன்னகை

விழித்திரு புன்னகையே...
நகைத்தாலும் சரி பகைத்தாலும் சரி...
வீழ்ந்தாலும் சரி தாழ்ந்தாலும் சரி...
மறந்தாலும் சரி மன்னித்தாலும் சரி...
தனிமையிலும் சரி தலைமையிலும் சரி...

புன்னகையே நீயென்றும் விழித்திரு...
மட்டற்ற மகிழ்ச்சியின் துவக்கம் நீ...
மறைமுகமாய் கவலைகளின் முடிவு நீ...
அளவற்ற அன்பின் வெளிப்பாடு நீ...
ஆரோக்கியமான உறவின் அர்த்தம் நீ...

விழித்திரு புன்னகையே...
நல்லதோர் உறவுக்காக...
நிம்மதியான இரவுக்காக...
நிலையான மனதிற்காக...
சூழலை உருவாக்குவதற்காக...

41. இன்னும் சிலநாள்

இருக்கலாம் இவ்வுலகில் இன்னும் சிலநாள்...
அந்நாள் எந்நாள் என்றால்...

நட்டிய மரங்கள் அனைத்தும் வெட்டியவர்க்கு
மட்டும் மழைதரும் நிலை வரும் அந்நாள்...

தவறி விழுந்த உணவின் அன்பை தெருநாய்
வெளிக்காட்டா நிலை வரும் அந்நாள்...

உயரப் பறக்கும் எதுவாயினும் கீழிறங்கும் சூழ்நிலை
உருவாகா நிலை வரும் அந்நாள்...

உன் புலன்கள் அனைத்தும் உன் மொழி கேளாமல்
தானியங்கியாகும் நிலை வரும் அந்நாள்...

அந்நாள் வருந்நாள் தெரியாதெனில்...
இருக்கலாமே இவ்வுலகில் இன்னும் சிலநாள்...

42. விடியல் வரும் விழித்திரு

இறப்பென்பது இழப்பெனில்...
இறந்தோருடன் சேர்வதென்ன...

பிரிவென்பது இல்லையெனில்...
நினைவுகளுக்கு இடமேது...

இழப்புகளிலும் நன்மையுண்டு...
தேடிப்பிடித்துக் கொண்டாடு...

விடியல் வரும்வரை விழித்திரு...
உறக்கம் விடிவதறியாது...

43. இலக்கு

கண்மூடி கண்ட கனவு - இன்று
கண்கூடி பார்க்கும் பொழுது...

கண்பார்த்த கஷ்டங்கள் யாவும்...
கண்ணீரில் கரைந்தே போகும்...

கண்கட்டி வித்தை இல்லை - எதுவும்
கண்அயரா உழைப்பின் விந்தை...

எதிர்காலம் தாண்டும் இலக்கே உன்னை...
நிகழ்காலம் துடிக்கும் தொடவே என்றும்...
கடந்தகாலம் கடக்கும் எண்ணிய படியே...

பகுத்தறிவோம் நாமும்...